FRESH AS A DAISY
TƯƠI NHƯ HOA CÚC

English Nature Idioms
(Vietnamese - English)

Thành ngữ về Thiên nhiên bằng Tiếng Anh
(Tiếng Việt - Tiếng Anh)

By Diane Costa

Illustrated by Maria Russo

Vietnamese translation by Bùi Hưng

Language Lizard
Basking Ridge

For English audio and resources for teaching idioms, see the last page of this book.

Fresh as a Daisy - English Nature Idioms (Vietnamese-English)
Copyright © 2020 Language Lizard
Published by Language Lizard
Basking Ridge, NJ 07920
info@LanguageLizard.com

Visit us at www.LanguageLizard.com

All rights reserved. No part of this publication may be reproduced, distributed, or transmitted in any form or by any means, including photocopying, recording, or other electronic or mechanical methods, without the prior written permission of the publisher, except in the case of brief quotations embodied in reviews. Request for permission should be addressed to Language Lizard.

First edition 2020

Library of Congress Control Number: 2020915590

ISBN: 978-1-951787-60-8 (Print)
ISBN: 978-1-951787-61-5 (Ebook)

WHAT IS AN IDIOM?

An idiom is a phrase that says one thing but means something different. An idiom can be a quick way of saying something complicated. Knowing idioms will help you to understand and speak English fluently. This book contains idioms about nature.
*Note - The English idioms are translated **literally**.*

THÀNH NGỮ LÀ GÌ?

Thành ngữ là cụm từ nói về một điều gì đó nhưng lại mang ý nghĩa khác. Một thành ngữ có thể là cách nhanh chóng để diễn đạt điều gì đó phức tạp. Biết thành ngữ sẽ giúp bạn hiểu và nói tiếng Anh trôi chảy. Cuốn sách này chứa các thành ngữ về thiên nhiên. *Lưu ý - Thành ngữ tiếng Anh được dịch **theo nghĩa đen**.*

OVER THE MOON
TRÊN MẶT TRĂNG

Meaning: To be very excited and happy

Nghĩa là: Rất vui mừng và hạnh phúc

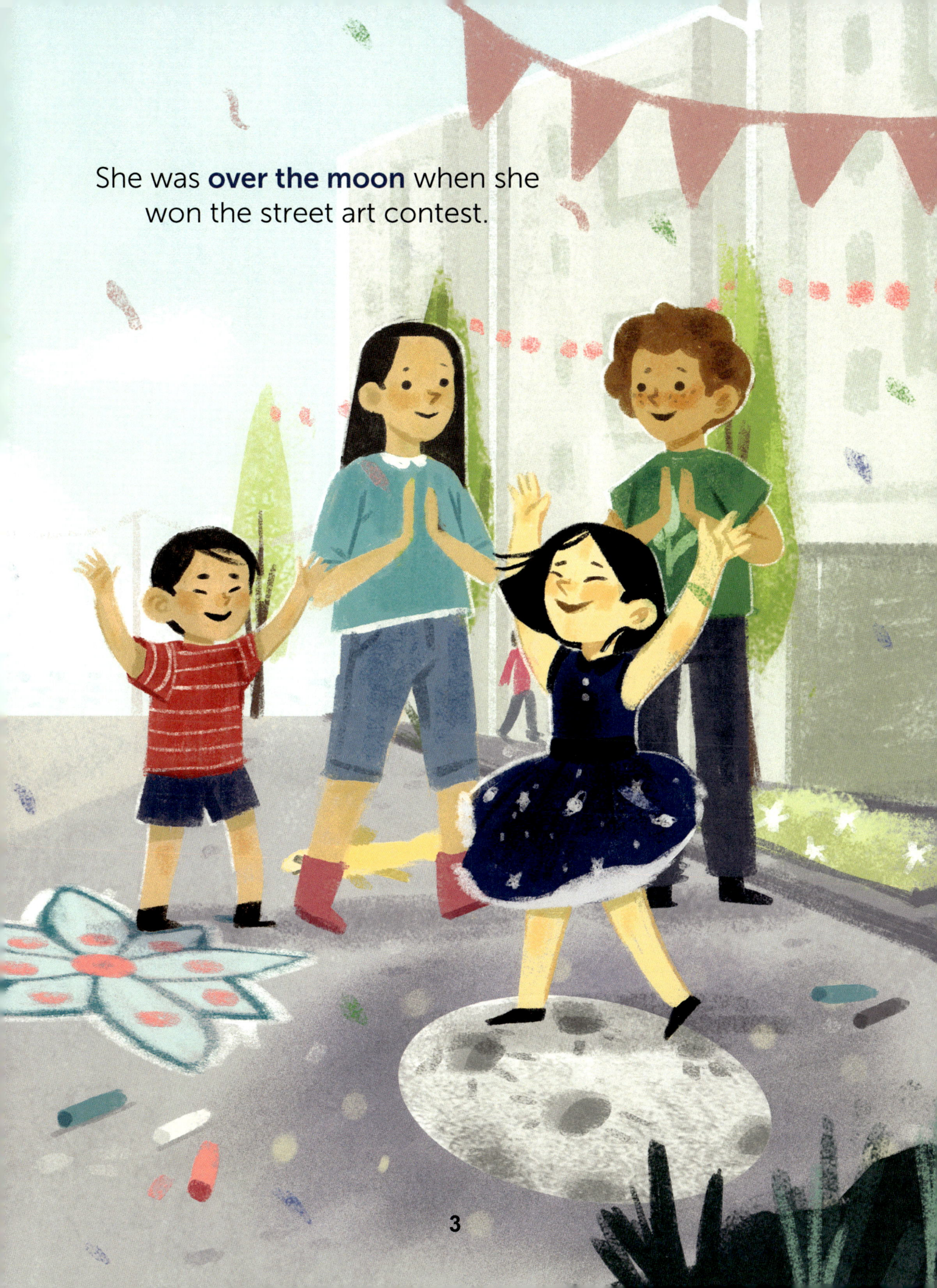
She was **over the moon** when she won the street art contest.

PUT DOWN ROOTS
CẮM RỄ

Meaning: To settle down somewhere and stay

Nghĩa là: Lập nghiệp ở nơi nào đó và ở lại

After moving almost every year, my family decided to **put down roots** in a big city.

A RAY OF SUNSHINE
MỘT TIA NẮNG

Meaning: Something that brings happiness and hope

Nghĩa là: Một thứ gì đó mang lại hạnh phúc và hy vọng

The baby's smile was **a ray of sunshine** for his mother.

A BREATH OF FRESH AIR
MỘT HƠI THỞ KHÔNG KHÍ TRONG LÀNH

Meaning: A refreshing change

Nghĩa là: Một sự thay đổi mới mẻ

After wearing my school uniform all day, wearing my party dress was **a breath of fresh air**.

UNDER THE WEATHER
DƯỚI THỜI TIẾT

Meaning: Feeling unwell

Nghĩa là: Cảm thấy không khỏe

She couldn't go to the festival because she was **under the weather**.

MAKE A MOUNTAIN OUT OF A MOLEHILL
BIẾN MỘT ĐỤN ĐẤT THÀNH MỘT QUẢ NÚI

Meaning: To overreact to something small

Nghĩa là: Phản ứng thái quá với một điều gì đó nhỏ nhặt

After getting just one question marked wrong, the student complained and **made a mountain out of a molehill**.

A NEEDLE IN A HAYSTACK
CÂY KIM TRONG ĐỐNG RƠM

Meaning: Something very difficult to find

Nghĩa là: Một thứ gì đó rất khó tìm

Finding her lost *oware* stones was like looking for **a needle in a haystack**.

NIP IT IN THE BUD
NGẮT ĐI KHI NÓ MỚI CHỈ LÀ CHỒI NON

Meaning: Stop something when it is just beginning

Nghĩa là: Ngăn chặn việc gì đó khi chỉ mới bắt đầu

When the teacher noticed bullying at recess, she **nipped it in the bud**.

DOWN TO EARTH
XUỐNG MẶT ĐẤT

Meaning: Being practical and realistic

Nghĩa là: Trở nên hiện thực và thực tế

I was surprised that the famous movie star was easy to talk to and **down to earth**.

TIP OF THE ICEBERG
PHẦN NỔI CỦA TẢNG BĂNG CHÌM

Meaning: A small part of a bigger problem

Nghĩa là: Một phần nhỏ của một vấn đề lớn hơn

The messy kitchen was just the **tip of the iceberg**. The rest of the house looked worse.

THROUGH THE GRAPEVINE
QUA GIÀN NHO

Meaning: To learn about something through gossip

Nghĩa là: Biết được điều gì đó qua tin đồn

I heard **through the grapevine** that my neighbors were moving.

STOP AND SMELL THE ROSES
DỪNG LẠI VÀ NGỬI NHỮNG ĐÓA HỒNG

Meaning: To take your time, relax, and enjoy yourself

Nghĩa là: Dành thời gian của bạn, thư giãn và tận hưởng chính mình

I was in a hurry to get there, but my grandfather said to **stop and smell the roses**.

CHASING RAINBOWS
ĐUỔI THEO CẦU VỒNG

Meaning: Trying to achieve something that is unlikely to happen

Nghĩa là: Cố gắng đạt được điều gì đó khó có thể xảy ra

His mother says he is **chasing rainbows** trying to be an Olympic athlete.

FRESH AS A DAISY
TƯƠI NHƯ HOA CÚC

Meaning: To be full of energy and enthusiasm

Nghĩa là: Tràn đầy năng lượng và nhiệt huyết

After a good night's sleep, the child was **fresh as a daisy**.

Visit www.LanguageLizard.com/Nature-Idioms for additional resources for teaching and learning English idioms, including:

- English audio of this book
- Multicultural lesson plans for use in the classroom or at home
- Information on the origin of the idioms in this book
- Additional nature idioms with their meaning, usage, and origin
- Information on idiom translations and idioms in other languages

This book is part of the **Language Lizard Idiom Series**.

Visit **www.LanguageLizard.com** for a complete listing of the titles in this series and available languages.

Made in the USA
Middletown, DE
07 April 2023

28436478R00020